தனிமை தந்ததே தன்னம்பிக்கை

த.தீபா மணிசேகர்

தனிமை தந்ததே தன்னம்பிக்கை
கவிதை
ஆசிரியர் : த.தீபா மணிசேகர் ©
முதல் பதிப்பு : மே 2022
வெளியீடு : ஏலே பதிப்பகம்
5/175, பாத்திமா நகர், கூத்தென்குழி,
திருநெல்வேலி - 627104
தொடர்புக்கு : +91 9944992571

First Edition : May 2022
Pages: 97
ISBN : 978-93-5533-322-3
Aelay Publish
Contact : +91 9944992571
Designed by : Aelay publish team

அணிந்துரை:-

தனிமை என்பதோ ஒவ்வொருவருக்கும் வழியை கொடுத்தே தீரும். தனிமையெனும் தாகத்தை தன்னம்பிக்கை என்னும் நீர் தீர்க்கும். தனிமையால் தங்கியவன் தன் கையால் வெல்வான். தனிமை உலகத்திற்கு தள்ளப்பட்டவனுக்கு தன்னம்பிக்கை என்னும் ஆறுதல் உள்ளது. உத்வேகமாகவும், எல்லா சூழ்நிலையிலும் சிறப்பாகவும், எதையும் எதிர்கொண்டு பிறப்பான்.

ஆளவும், அடக்கவும் யாரும் இல்லா சுதந்திர பூமி. ஒருமையில் பயணம் செய்தால் ஓராயிரம் மையில் பயணம் செய்யும் தன்னம்பிக்கையை தந்துவிடும் சிறையல்ல இது சிறகடிக்கும் சிட்டுக்குருவிகளின் கூடாரம்.

தனிமையின் விழுந்தவன் தன்னம்பிக்கையில் எழுந்தான் என்பதை இன்றே வரலாறாக எழுத வேண்டும் நமக்குள் இருப்பவனை தமக்கே அடையாளங் காட்டும் நண்பன். இங்கு பயணிக்க தொடங்கியவனுக்கு பலப்பல இடங்களில் இருந்து அனுபவங்கள் கிடைக்கும்.

சுழற்சியும் சுழச்சியும் இல்லாத உலகில் நமக்கு நாமே எஜமான்.

இப்படிக்கு
கவிஞர். காயத்ரி
சிவக்குமார்
மணவளக்கலை யோக
துணைப் பேராசிரியர்,

திருப்பூர் மாவட்டம்.

வாழ்த்துரை:-

பெண்ணாக பிறந்தவள் இந்த உலகில் எதையும் சாதிக்க முடியும். விடா முயற்சி என்பதை இறுதிவரை கடைபிடிக்க வேண்டும். தனிமையில் பெண்களுக்கு தன்னம்பிக்கையை வளர்த்துக் கொள்ளும் வாய்ப்பு கொட்டிக் கிடக்கிறது.

"மங்கையராய் பிறப்பதற்கு நல்ல

மா தவம் செய்திடல் வேண்டும்மா…"

என்ற கவிஞர் கூறிய வரிகளுக்கு இணங்க உனது ஒவ்வொரு கவிதைகளும் துவண்டு கிடக்கும் பெண்சமூகத்தை தட்டி எழுப்பும் விதமாக உள்ளது.

"இன்று தனிமை வென்றாலும்

தனிமையில் யாரும் தோற்றத்தில்லை"

என்ற உனது தன்னம்பிக்கை நிறைந்த வரிகள் அவமானப்படுத்தும் எல்லோருக்கும் சவாலாக அமைந்துள்ளது.

இந்த **"தனிமை தந்த தன்னம்பிக்கை"** என்ற கவிதை தொகுப்புடன் இன்னும் பல புத்தகங்கள் வெளியிட மனமார்ந்த வாழ்த்துக்கள்.

முனைவர். மா. கார்த்திகேயன்,
முதல்வர் கே.எஸ்.ஆர். மகளியர் கலை
அறிவியல் கல்லூரி,
திருச்செங்கோடு,
நாமக்கல் மாவட்டம்.

என்னுரை:-

அனைவருக்கும் இனிய வணக்கம்.

இந்த புத்தகத்தில் முதல் கவிதை தொகுப்பு நூலை வெளியிட்டுள்ளேன்.

"தனிமை தந்த தன்னம்பிக்கைகள்" நான் பட்டதாரி ஆசிரியர் கல்லூரியில் தொடர்ந்த கவிப்பயணம் இன்றுவரை தொடர்ந்து எழுதிக் கொண்டு உள்ளேன். ஆய்வுக் கட்டுரைகள், பட்டிமன்றம், உரைப்பேச்சு என்று அனைத்திலும் விருது சான்றிதழ் பெற்றுள்ளேன். இன்னும் தொடர்ந்து சிறப்பாக செய்யக் காத்திருக்கிறேன்.

நன்றிகளுடன்
அடுத்து வெளியிடும் புத்தகம்
கல்லூரி தடங்கள்

கவிஞர் த.தீபா மணிசேகர், (எம்.ஏ.பி.எட்)
க/பெ.ந.மணிசேகர்,
217/170 பாலிக்காடு,
கொல்லப்பட்டி,
அணிமூர் (போஸ்ட்)
திருச்செங்கோடு,
நாமக்கல் மாவட்டம்.

மின்னஞ்சல் (deepa18311991@gmail.com)

போன் நெம்பர். 63790-32187

தன்குறிப்பு

கவிஞர் த.தீபா மணிசேகர், (எம்.ஏ.பி.எட்.,)

இயற்பெயர் : தீபா.த

பிறந்த தேதி : 18.03.1991

கணவர் பெயர் : ந.மணிசேகர்

பிறந்த ஊர் : ஈரோடு

மாவட்டம் : நாமக்கல்

கல்வி : பட்டதாரி ஆசிரியர் (கே.எஸ்.ஆர். கல்லூரி)

மின்னஞ்சல் : deepa18311991@gmail.com

அடுத்து வெளியிடும் புத்தகம்

கல்லூரி தடங்கள்

வாங்கிய விருதுகள்: கவிதை திலகம்

உன் எதிரி...!

உன்மீது தன்னம்பிக்கை

உனக்கு இருந்தால்

உலகத்தில் தனி

ஒருவனாக நின்று போராடு... !

உன் துணைக்கு யாரையாவது

உன்னோடு சேர்த்துக் கொள்ளாதே..!

உலகில் எதிர்காலத்தில்

உலவாளியாகி அவன்தான்

உன்னை முதலில் காட்டிகொடுத்து

உன் எதிரியாக எதிரில் நிற்பான்..!!

தெய்வத்தாய்...!

தாயே என்னை

தவமிருந்து பெற்றாயே

தங்கத்தை உருக்கி

கயிறாக திரித்து பட்டு நூலால்

நெஞ்சை சேலையை

தொட்டில் கட்டிப் போட்டாலும் !

உலகில் இல்லை

உண்மை அந்த சுகம்...!

உன் கிழிந்த துணியில் உள்ளங்கை சூட்டில்

உறங்குவது போல் வருமா..?

உன்னத தாய் செய் அன்பு

உறவு எங்கே கிடைக்கும் ...!

அக அழகு நண்பன்..!

நிம்மதி நிம்மதி

நிம்மதி அதை எங்கேயே

நிதானமிழந்து தேடுகிறாய்...!

நினைத்துப்பார் நட்பே

நிம்மதி அதை நம்மிடமே

நிறுத்தி வைத்துக்கொண்டு நிழலை எங்கெங்கோ தேடி

நிற்கிறாய் !

ஆசை என்னும் கொடிய

அகங்காரம் தேவையில்லை

அங்கேயே தூக்கி தூர எறி !

ஆசை என்னும் அவஸ்தைப்பட்டு

நூறுவருடங்கள் ஆள நினைத்து வாழ்வதைவிட

அனைத்தையும் துறந்து

ஆனவத்தை மறந்து

அன்பாக நூறுநாள் நிம்மதி ஆழ்மனதில் நிறுத்தி

அக அழகு என்னும் நண்பனுடன்

அமைதியாய் வாழ்ந்து விட்டுப்போகலாம்..!

உண்மை உறவு..!

இதயம் துடிக்கும் சத்தம்

இதமாக உனக்கு கேட்கும் !!!

இடை விட்டு விட்டு

இடி விழுந்ததைப்போல

இடியாய் இடிக்கும் ஆனால் என்

இதயக் கூட்டில் ஆழ்மனம்

இரக்கமற்ற சம்பவங்களால்

இகழ்ந்ததை எண்ணி எண்ணி

இதயம் அழும் அந்த

இதயம் உள்ளக்குமுறல்

இரக்கத்தோடு உனக்கு மட்டும்

இனங்கண்டு கேட்கும்மாயின்

இன்பத்தில் பூத்த நீ எனக்கு

இனிய உண்மையான உறவு ...!

அதிசயப்பிறவி..!

நான் வெற்றி பெற்றால்

நீ எனக்கு அடிமை !!!

நானோ தோல்வியடைந்தால்

உனக்கு நானே அடிமை !!

இப்படிக்கு அன்பை என்னுள்

எழுதப்படாத ஒப்பந்தம் போட்டு

எனக்குள்ளேயே நானே

ஏமாந்து தோற்றும் போகும்

ஏமாற்றங்கள் அதிகம் சுமந்து

எண்ணற்ற தோல்விகளால்

எழமுடியா மனதோடு நிற்கும்

எனக்குள் நானே தனி ஒருவன்...!

ஆனாலும் தட்டுத்தடுமாறி

கையூன்றி கரனமடித்து நின்று

காலத்தை வென்று

கண்ணியமாக வாழும்

அதிசயப்பிறவி நானே...!

கல்லறைக் கண்ணீர்...!

உன் கண்ணருகில் இன்று

இருக்கும் அன்பு ,,,

நீ கல்லறை நாளை

சென்றாலும் ,, கூட..!

இதய கூட்டிற்குள்

என்றுமே திரும்பி வராது !

ஆனால் இன்று

உன் உள்ளத்தினுள்

உண்மையாக இருக்கும்

உயர்ந்த அன்பு,,, !

நாளை நீ,, கடைசியாக

கல்லறை சென்றாலும் கூட

கூடவே கண்ணீர் வடிக்கும் ...!

போராடு வெற்றி உறுதி...!

வெற்றி மீது ஆசைப்படு
தோல்விகளைக்கண்டு துவளாதே..!
உன்னை அவமானப்படுத்திய
அவர்களுக்கு முன் மீண்டும்
வெற்றிபெற போராடு !
எந்த சூழ்நிலையிலும்
ஒரு நாளும் உன்னை நீ
சமாதானப்படுத்திக்கொள்ளாதே !
உன்னையே நீ உண்மையாய்
சமாதானப்படுத்திக் கொள்வது
உன் எதிரிக்கு அது
சாதகமாக அமையக் கூடும் !
உறுதியோடு போராடு
ஒரு துளியும் சோர்வடையாதே
மீண்டும் மீண்டும்
கஜினி போலப் போராடிப்
போராடி வெற்றிபெறு.!
வெற்றி பெற்று நீ
கோபுரத்தின் உச்சியில்

அழகாய் அமர்வதற்கு

ஆயிரமாயிம் அவமானங்களை

சந்தித்தே தான் ஆகவேண்டும்

அது தான் இயற்கையின் நியதி

போராடு... போராடு...போராடு..

போராடியே தீரவேண்டும் !

போராட்டம் பிறகு தான் வெற்றி. ..!

வெற்றி தோல்வி வரலாறு..!

நான் பெற்ற வெற்றிக்கும்

நான் பெற்ற தோல்விக்கும்

ஒரு வரலாறு உண்டு...!

என்னை விமர்சிக்கும்

உனக்கு என்ன

வரலாறு உண்டு ???

இதை கேட்பதற்கு

எனக்கு மட்டுமே

தகுதி உண்டு...!!!!

அனுபவம் தான்

எனக்கு முதல் ஆசான் !!!

எனக்குத் முதல் அனுபவம்

தாய்வீட்டின் சீதனமாக பெற்றோரின் அனுபவம்

நிறைந்த வாழ்க்கையை

பெற்று வந்தேன்...!

தாய் தந்தையே ஆசான்...!

தலைகனம் தீக்குச்சி ...!

களத்தில் ஓடும்

கனவுக் குதிரையை

காலம் என்னதான்

கடுமையாக வேகமாக

கண்மூடித்தனமாக ஓடினாலும்

கணநேரமும் அதற்கு

கண்டிப்பாக சாட்டையடி

கண்ணெதிரே உண்டு !!!

அது போல நீ எவ்வளவு

அரியபெரிய மனிதனாக

ஆச்சிரியமாக இருந்தாலும்

அனைவரும் உன்னை விமர்சிக்க

அப்படியே ஒரு தனி கூட்டமே

அங்கே இருக்கும் வரை அவரவர் தரையில்

ஆனால் இருக்கவேண்டியதன் ஆனவத்
தலைக்கனத்தை

ஆடாதே தலைமேல் தூக்கிவைத்து அவஸ்தை
படாதே..!

அது தீக்குச்சி போல

ஆழிந்துபோகும் தன்னைத்தானே..!

தன்னம்பிக்கை

தன்னம்பிக்கை என்னும்

தாரக மந்திரத்தின்

தனிப்பெரும் படையின்

தலைவன் நான்...!!!!

தனக்கு தோல்வி என்னும்

தவறிக்கூட சொல்கிடையாது

தன்னைக் காக்கும் தளபதி

தரணியில் சிறுபடைக்கு

நான் சிதையுண்டு விடமாட்டேன்...!!!!

தப்பிக்கூட வீண் கனவு

தானே கண்டு விடாதே..!!!

தன்மானம் தைரியம் என்ற

தற்காப்பு என்னும்

அரிய சொத்து,,,

அள்ள அள்ள குறையாத

அமுதசுரபி என்னிடம்

ஆயிரமாயிரம் உள்ளது.!!!

தனிமையில் ஓர் உறவு

சில நேரங்கள் பல நேரங்கள் ஆனது...!

பல நேரங்களில் வந்து செல்லும் உறவு....!

சில உறவுகள் ஆட்கொண்டது....!

பல உறவுகள் உயிரைகொன்றது....!

ஆட்சியை ஊண்றியது ....!

மனசாட்சியை கொன்றது....!

தனிமையில் உரையாடி தனிமையே உறவானது.

தனிமையில் தங்கிய நிழல்

தனிமையில் ஒரு பயணம் ....!

கிழக்கில் உதித்து மேற்கில் மறையும் வரை....!

தனிமையில் ஒரு நிழல்....!

உயிர் கொள்ளாமல் உணர்வுகளை கொன்றே
திரிகிறது....

ஆம்...!

தனிமையில் தங்கிய நிழல்....!

தனிமையும் நிழலும் ஒன்றாய்...!

தனிமை வழி(லி)

தனிமையோடு ஒரு பயணம் .....!

அங்கு தாங்கிட யாரும் இல்லை.....!

தங்க வைக்கவும் இடமில்லை....!

தூங்கி விட நினைத்தாலும் நினைவுகள்
விடுவதில்லை....!

வலிகளிலே தங்கியது இந்தத் தனிமை....!

வழி என்றாவது திறந்திடுமோ இந்தத்
தனிமைக்கு....!

தனிமை பழகியது

தனிமை என்னை வரவேற்றது.......!

தன்னம்பிக்கை கொடியை ஏற்றியது....!

அங்கு கொடியை இறக்க யாரும் இல்லை....!

இங்கு உணர்வுகளை கொல்ல சொந்தமும்
இல்லை....!

தனிமையோடு பழகியதால் என்னவோ...!

என்னை தட்டிக் கழிக்க யாரும் இல்லை....!

தனிமை அனுபவப்பயணம்

தனிமை இன்னொரு தாயாய்

தரணியில் என்னை சுமக்கிறாள்..!

தனிமை இன்னொரு காதலியாய்

தாங்கி என்னை அணைக்கிறாள்..!

தனிமை இன்னொரு தோழியாய் எனக்கு

தோளோடு தோள் கொடுக்கிறாள்..!

தனிமை குழந்தையாய்

என் கவலைகளை

மடியில் படுத்து

மறக்க வைக்கிறாள்...!

தனிமை தனிமை தனிமை

அனுபவம் அனுபவம் அனுபவம்...!

எல்லாமே சிறப்பு சிறப்பு சிறப்பு...!

அதுதான் நானொரு தனிப் பிறப்பு....!

நான் ஒரு அதிசய பிறப்பு...!

என் காயங்களுக்கு இல்லை என்றும் இறப்பு....

அனுபவங்கள் எல்லாம் அறுசுவை உணவு...

ஆற்ற முடியாத துயரத்தில்

அனைத்தையும் நானே ஏற்றுக் கொள்கிறேன்..!

சில காயங்கள் தானாக

மாற்றிக் கொள்கிறது...!

அதற்கு தகுந்தார்போல்

என் மனதும் மாற்றிக் கொள்கிறது...

எவ்வளவு வேதனைகளும் சோதனைகளும்

கடந்துதான் சாதனை படிக்கட்டுகளாக

சாகாவரம் பெற்று

அனுபவக் கல்வியை பெற்று

அகிலத்தை வளம் வர வேண்டிய

அவலச் சுழல் இன்னும்

அணுவளவும் குறையாமல் அப்படியே தான்
இருக்கு...!

தனிமையில் ஒரு (ஏ)மாற்றம்..!

எல்லோரிடமும் இறக்கப்பட்டேன்...!

ஆனால் எந்த இடத்திலும் தன்மானத்தை
விற்கவில்லை....!

கோமாளியாய்யில்லை

நெஞ்சுறுதியோடு

எந்த இடத்திலும் தோற்கவுமில்லை...!

எல்லோரையும் ஏமாற்றி பிழைக்கும்

எத்தன் எந்த இடத்திலும்

ஏமாந்து தான் போவான்...!

அவனுக்கு வெற்றி பெற்றது போல் இருக்கும்

ஆனால் உண்மையில் தோற்றுத்தான் போவான்..!

போட்டியாக நினைப்பவர்

போர்வீரர்...!

பொறாமையாக நினைப்பவர்

வாழத் தகுதி அற்றவர்...!

உண்மை எந்தச் சூழலிலும் உறங்காது...!

பொய் எந்த நேரத்திலும் உருக்குலைந்தே
போகும்..!

உண்மைக்கு தோல்வி கிடையாது...!

பொய்க்கு வெற்றி கிடையாது...!

தனிமையிலும் துஞ்சாத கண்கள்...!

கண்களை மூடினால் உறக்கம் வந்துவிடும். |

ஆனால் நான் உறங்கினால்

என் நினைவுகள் உறங்கிவிடுமே

அவ்வப்போது நடக்கும்

துயர சம்பவங்களை...

நினைவு கல்வெட்டாக

ஓலைச்சுவடியாக

எதிர்கால வரலாறு படைக்க

வைராக்கியமாக கண் துஞ்சாது

கனவுகளுக்கு இடமளிக்காமல்

உறங்கினால் கனவுகள் வந்து விடும்
என்பதற்காக...!

அவ்வப்போது அனுபவங்கள்

என் மெய்யை முள்ளாய்

குத்தும்

தீயாய் தீராது தீண்டும்....!

உறக்கத்தை தள்ளியே

உண்மையாக வாழ்கிறேன்...!

உறக்கத்தை கானல் நீராகி

அருகில் வைத்துக்கொண்டே.....!

உளமார அண்ணார்ந்து விண்ணை பார்க்கிறேன்...!.

விடிவெள்ளியாக

முனைந்து செயல்பட்டு

தினம் தினம் பிரச்சனைகளை

முறியடித்து வாழ்கிறேன்....

காரணம் வரலாறு படைக்க

வழித்தடங்களை என் வாழ்க்கையில்...!

நானே படைக்கிறேன் தனியாக...!

தனிமை பூட்டுக்கு இலட்சியச்சாவி!

உள்ளமென்ற உறங்காத போர்க்களத்தில்... !

போராட்டம் என்னும் யுத்தம் என்றுமே முடிவே
இல்லை....!

தன்மானம் காத்து தைரியமாக இருந்தால்

எந்த பிரச்சனையையும்

பொடிப் பொடியாகிப் போகும்...!

எதையும் நாம் எதிர்கொள்ளலாம்....

மனதில் தைரியம் மட்டும்

தாரக மந்திரமாக இல்லாவிட்டால்....!

நம்மை அணு அணுவாக

சின்ன சின்ன சிரமத்தை ஏற்படுத்தி

சினம் கொண்டு நம்மை முழுவதும்
கொன்றுவிடும்....

அதற்கு அரும் மருந்து

லட்சியம் என்னும்

உருவமில்லா உத்தமமான

அது நம்பிக்கை எனும் நன்மருந்து...!

சில நேரங்களில் கனவுகள் கூட

கானல் நீராக மாறிவிடுகிறது,,

கண்ணில் கண்ணீரே

ஆறாகப் பெருக்கெடுத்து

ஓடுகிறது....!

ஆற்ற முடியாத சோகம்

அவ்வப்போது அரங்கேறி

அலைகடல் போல

நில்லாமல்

நினைவலைகள் நித்தம் அடித்துக் கொண்டு தான்

அப்படியே இருக்கு...!

நடுக்கடலில் நீர் இருந்தும்...!

அருந்த முடியாமல் அல்லாடுகிறது அடிமனது....!

அகிலத்தில் இதெல்லாம் லட்சிய பாதையை

திறக்க கிடைத்த சாவி....!

தனிமையிலும் தணிந்திட மாட்டேன்

உலகத்தில் நமக்கு தேவை தன்னம்பிக்கை

அப்படி எவ்வளவு பெரிய தேவையாக
இருந்தாலும் ...

தேவையே இல்லாமல்

தன்மானத்தை மட்டும் அடமானம்
வைக்கமாட்டேன் ...!

என்ற தாரக மந்திரத்தை

தணியாமல் கடைபிடிக்கும்

பக்தை நான் இன்றும் ...!

ஆமாம்

நேற்றும் இன்றும் நாளையும்

கடந்த நிகழ் எதிர்

காலங்களிலும்

கண் இமை காப்பது போல்

அணு அளவும் குறையாமல்

அப்படியே காக்கும் உண்மை

பக்தையும் நானே ...!

உலகமே ஒன்றாய்ச் சேர்ந்து வந்தாலும்

நான் மனதளவில் உருக்குலைந்து
போகமாட்டேன் ....!

தன்மானம் காத்த தாரகையாக

தரணியை சுற்றி வலம் வருவேன்....!

கஷ்டங்கள் எல்லாம்

எனக்கு கஷ்டங்களை தந்தாலும்

அதை அப்படியே

அனுபவப் பாடமாக ஏற்று

இம்மி அளவு குறையாமல்

இதயத்தை இரும்பாக்கி

கஷ்டங்களை கரும்பாக சுவைப்பேன்....!

அதுதான் எனக்குரிய மிகப்பெரிய வெகுமானம்..

தகுதியற்ற ஒருவருக்காக

நம் தன்மானத்தை இழந்து விடமாட்டேன்....!

எத்தனை எத்தனை போராட்டம்...!

தினம் தினம் வெல்லட்டும்

ஆமாம் போராட்டம் அது

அவ்வப்போது அரங்கேற்றம்

கண்ணீர்க் கடலிலே ஓடுகிறதே...

வாழ்க்கை எனும் புனித தேரோட்டம்......!

அதில் கற்றுக்கொண்ட பாடங்களே

வாழ்வில் துயர் ஓட்டும்...!

தனிமையில் ஓர் ஆயுதம் எழுத்து!

வாழ்வில் தனிமை

அது தனித்துவம்....!

அதில் கஷ்டம் மட்டுமே

என்ன நிரந்தரமான சொந்தமா....!

நீங்காத நினைவுகளை

நித்தம்நித்தம்

கொல்லும்....!

நிதானமாக

சோகம் நடந்து வந்து அனுபவம் அள்ளித்தரும்.. .!

இதில் எந்த பந்தங்களுக்கு

உண்மையாகவே உரிமை இல்லை.!

பந்தங்கள் எல்லாம்

பாறை மனதுடைய பாதகர்கள் ஆனார்கள்.!

உற்றார் உறவுகள் எல்லாம்

உருவம் இருந்தும் உயிரற்ற பிணங்களாக

எந்த ஒரு உறவுகளும் நம்மிடம்

நிரந்தரமாக நிலைத்திருப்பதில்லை.!

அந்த அனுபவத்தில் எழுந்தது தான் ஆயுதமாய்
எழுத்து...!

கத்தியின் முனையை விட

வார்த்தைகளின் கூர்மைக்கு வீரியம் அதிகம் ...!

உடம்பில் குத்தாமல் சதையை கிழிக்காமல்...!

ரத்தம் பீச்சியடிக்காமல்...!

உயிரைக் கொன்று விடும்...!

தனிமைக்கு நானும் வானும் குத்தகை..!

தனிமையை நான்

தனக்குத்தானே குத்தகைக்கு

தரமாக எடுத்த குத்தகைகாரி.!

தனிமை இல்லத்தில் நானும்....!

தரணியில் வாழும் வானும் ஒன்றே...!

தாராளமாக அங்கே இயற்கை

தந்து கொண்டே இருக்கிறது...!

தரம் குறையாமல் இடி மின்னல்...!

தானாக மேகங்கள் ஒன்று சேர்ந்து

தயங்காமல் இடிமின்னல் தாக்கும்...!

தாக்குண்ட இதயமானலும் அனைத்து

வலிகளையும் சுமந்து தாராளமாக பொழியும் மழைபோல

தாங்கி வாழவேண்டிய அவலச் சூழல்...!

உன்னைப் பார்த்து நானும் கற்றுக்கொண்ட

உண்மையில் பாடம் ஓராயிரம்..!

உயிரின் வலியோடு தனிமை உறக்கம்....!

தினந்தினம் ஆனாலும்

உயிரோடு நானும்...!

இடி மின்னல் தாக்கி பொழியும்
வானும்...!
இல்லத்தில் வலியோடு வாழும் நானும்
இணைந்தே...!
வாழ்கிறோம் நானும் வானும் குத்தகையில்...!

தன்னம்பிக்கை வழி

பொய்யாக நேசித்து நின்று ஏமாறுவதை விட...!

தனிமைக்கு மாறி சாதித்து வாழ்ந்து விடலாம்...!

பொய்யான உறவுகளுக்கு உண்மையை கூறிட
முடியாது....!

உண்மையாய் இருப்பவர்களுக்கு பொய் என்றே
தெரியாது...!

அறிந்தும் அறியாமலும் வாழும் மனிதம்....

பலியை மட்டுமே சொல்லும்....!

வாழும் வழியை சொல்லாதே...!

தன்னம்பிக்கை இருப்பவருக்கு தனிமையை தனி
வழி....!

தனிமையில் கண்ட உண்மை

தனிமைக்கு நானாக வரவில்லை ....!

தானாக வந்தது....!

தனிமையே தனியே உன்னை படிக்க
வேண்டும்.....!

உண்மையை ஊருக்கு உடைக்க வேண்டும்....!

உள்ளத்திற்கு பாடம் கற்றுக் கொடு....!

ஊரார் என்னைத் திரும்பிப் பார்க்க....!

உயரத்தில் என்னை விடு...!

உயரத்திலே நிற்கும்போது என்னை தெரியும்....!

ஆனால் உன்னை யாருக்கும் தெரியாது...!

உண்மையை கண்டது உன்னிடம் என்றே...!

தனிமையெனும் வாடகை வீடு

தனிமையெனும் வீடு என்னிடம்
பணம் வாங்காமல் குடி வைத்தது...!
என்னை தாங்கியது...!
நான் உறங்கையில் தன்னம்பிக்கையை
என்னிரு இமைகளில் சேர்த்து தைத்தது....!
உறங்கிடும் போது நெருங்கிடும்
கனவுகளுக்கு அணை கட்டியது....!
நனவுகளை சிகரம் தொட வைத்தது....!
தனிமை எனும் வாடகைவீடு...!
எல்லோரின் வருகைக்காக காத்திருக்கிறது....
தன்னம்பிக்கை என்னும் பொற்குவியலை
வைத்திருக்கிறது....!

பிரியமான தனிமையே

என் பிரியமான தனிமையே ....!

என்றும் என்னை பிரியாத துணை நீ...!

பிரியத் துடிக்கும் துணைக்கு விடை கொடுத்து...!

தேடி வந்த துணைக்கு வழி கொடுத்தாய்... !

ஆறாத காயங்கள் ஆயிரம் .....!

ஆற்றுப்படுத்தி அரவணைத்தாயே...!

என் பிரியமான தனிமையே

தன்னம்பிக்கையை என் தோளோடு தைத்தாயே...!

தனிமையில் பணக்காரி

தனிமையில் யாரும் ஏழை இல்லை...!
இங்கு பேசி ஏசிட எந்த மனிதமும் இல்லை....!
வாழ்த்தவும் தாழ்த்தவும் யாரையும்
எதிர்பார்க்கத் தேவையில்லை....!
கிடைப்பதற்கும் கிடைக்காமல் போவதற்கும்
இங்கு ஆதரிக்க ஆட்களில்லை...!
ஏனென்றால் ....!
இங்கு ஆள்வது பணம் இல்லை ...!
மனம் மட்டுமே...!

தனிமையான நாட்கள்

தேதி கிழிக்க நாட்கள் ஓடிச் சென்றது....!

நினைவுகள் மட்டும் கண்ணிலே நீந்தி
நிற்கின்றது....!

நாட்கள் ஆரவாரமாய் ஓடியது ...!

நினைவுகள் மட்டும் கரை ஓரத்தில் ஒதுங்கி
நின்றது...!

ஒவ்வொரு தேதியிலும் நினைவுகள் நீண்டது....!

தன்னம்பிக்கையே வாழ்க்கையின் பாடம்
என்றது...!

தனிமையில் ஓர் அமைதி

அமைதியிருக்கும் வரை தனிமைக்கு போராட்டம்
தூரம்...!

தீயாய் அமைதி உருமாறும் போது ...!

தனிமையே தத்தளித்து நிற்கும்....!

அமைதியாய் அமைந்தது தனிமை ....!

அமர விடாமல் துரத்துது கொடுமை....!

இருந்தாலும் தன்னம்பிக்கையே உடமையானது..!

தனிமை தவம்

பொல்லாதவனுக்கும் ஒரு வாய்ப்பு தரும்...!

எல்லோரையும் நல்வழிப்படுத்தும்....!

இல்லாத ஊருக்கும் ஒருவழி காட்டும்....!

ஒரு முகப்படுத்தி ஒரேமுகமாக காட்டும்....!

தனிமையெனும் தவத்தில் அமர்ந்தால்....!

தன்னம்பிக்கை என்னும் அமுதசுரபி
கிடைக்கும்....!

தனிமையில் என் மனம்

தனிமையில் என்ன நல்லதென்று

தெரிந்து கொண்டேன்...!

என்னிடம் என்னவெல்லாம் வல்லதென்று

புரிந்து கொண்டேன்...!

மனம் உலக குப்பைகளின் தலைமையகம்...!

தனிமையில் இருந்தால் வெற்றிடமாய்
மாறிவிடும்...!

வந்து செல்பவர்களை திருப்தி படுத்தும்...!

தீராத பல பிரச்சனைகளின் தீர்வுகளம் தான்
தனிமை...!

தனிமை சுமந்த தருணங்கள்

தனிமை தாயியை மிஞ்சிவிட்டது...!

சுமையோடு வந்தேன் சுகமாக வரவேற்றது...!

சுற்றிப் பார்த்தேன் யாரும் இல்லை..!

சுழற்றி போட எந்த புயலும் இல்லை....!

புற அழுக்குகளை நீக்கியது ....!

அகத்திற்கு அழகை அள்ளி தந்தது...!

என் மன பாரங்களை தூரமாக்கி தருணங்கள்....!

என்னை தனிமை சுமந்து வந்ததே

சில காலங்கள்...!

தன்னம்பிக்கையை கற்றுத்தந்த நேரங்கள்...!

தனிமை வென்றது

அனுதினமும் அனுபவம்...!

ஆறாம் அறிவு அரங்கேற்றிய பாடம்...!

தத்தளித்து நின்றது ....!

இன்று தனிமை வென்றது...!

தனிமையை யாரும் தோற்றதில்லை...!

இன்றுவரை தனிமை யாரையும்

வெல்லாமல் விட்டதும் இல்லை...!

தனிமையில் தோன்றியவன்...!

வெற்றியை விட்டதாய் சரித்திரமும் இல்லை....!

தனிமையில் தோன்றிய கனவு

கனவே நீ எங்கேயாவாது போய்விடு....!

என்னை இங்கேயாவது நிம்மதியாக வாழ விடு...!

நெடுந்தூர பயணம் என்னை தாங்கிய தனிமை....!

என்னைத் தாக்க வந்த உன்னிடம் இருந்து
என்னை காத்தது...!

என்னில் தங்க வைத்தது தன்னம்பிக்கையை...!

தைரியம் சொல்லி நடக்க வைத்த தனிமையும்
தாய் தான்...!

தனிமையில் ஓர் ஒளி

இங்கு பகலவனும் பால் நிலவும் ஒரே
நேரத்தில்...!

வலிகள் நிறைந்த விழிக்கு ஒளி தர
காத்திருக்கிறது...!

இங்கு எல்லாம் ஒரே நேர்கோட்டில் பயணம்...!

பாரபட்சம் பார்ப்பதில்லை பங்காளிகளை
போன்று...!

இங்கு வெற்றி தோல்வி என்ற பேதமில்லை...!

தனிமைக்கு எந்த மதமும் தெரிவதில்லை....!

தன்னம்பிக்கை ஒளியை தராமல் விட்டதும்
இல்லை...!

தனிமை ஒரு மனை

இந்த மனையில் நுழைந்தால்

எந்தத் துணையும் தேவையில்லை...!

பார்த்து சிரிக்கவும் சிதைக்கவும்

எந்த மனிதமும் இல்லை...!

தனிமை எனும் மனை சாவி

இல்லாமல் பூட்டப்பட்டுள்ளது....!

யார் வேண்டுமானாலும் திறந்து வரலாம்...!

தன்னம்பிக்கையை தாராளமாக

பெற்றுச் செல்லலாம்...!

தனிமை எனும் கடல்

தனிமையோ மிகப்பெரிய கடல் தான்...!

ஆனால் வந்தவர்கள் முத்து எடுக்காமல்
சென்றதில்லை...!

கடலில் மூழ்காமல் முத்து கிடைக்காது...!

கஷ்டப்படாமல் எதுவும் நிலைக்காது...!

கடலில் மூழ்கி எழுந்த பிறகே...!

கரையில் நிற்கும் உண்மை முகங்கள் தெரியும்....!

தனிமை வெட்டவெளி

தனிமை என்னை விலைக்கு வாங்கி விட்டது ...!

சுகமான நினைவுகளை புல்வெளிகள் தந்தது....!

சோகமான நினைவுகளை முள்வெளிகள்
தீண்டியது...!

தன்னம்பிக்கை மட்டுமே ஒரு வழியாய்

என்னை தாண்ட வைத்தது...!

தனிமையில் உருவாகிய கை

எத்தனையோ கைகள் தட்டி விட்டது....!

எந்த கையும் தாங்கவில்லை..!

தங்க அனுமதிக்கவும் வில்லை....!

தூக்கி எறிந்து விட்டு போனது..!

சருகாக எண்ணி சாலையில் தள்ளியது...!

அந்த வேலையில் தூக்கி விட்டது நான் நம்பிய
"கை"...!

என் நம்பிக்கை....!

தூக்கி எறிந்து போனவர்களே தூக்கி வைத்து

பேசும் அளவிற்கே ஒரு வரலாறு படைக்க
வேண்டும்....!

தனிமை புதையல்

நம்மால் முடியாது என்று எதுவுமில்லை ...!

முடிவே இன்றி எதுவும் தொடங்குவதில்லை...!

தனிமை புதையல்களின் சங்கமம்...!

தேடி வருபவர்களை வெறும் கையாக
அனுப்பியதில்லை...!

நமக்கு வேண்டியதை நாம் தேடிப் பெற்றுக்
கொள்ள வேண்டும்...!

நமக்கு என்று ஆனது நம்மை வந்து சேராமல்
காலம் இறப்பதில்லை...!

தனிமையில் புதுமை

தனிமையில் எத்தனை தன்னம்பிக்கை
பிறக்கிறது...!

திக்குமுக்கு ஆடி சென்றவர்களையும் தங்க
வைக்கும்....!

தெரியாத ஊருக்கும் வழி திறக்க வைக்கும்...!

புதுமைகள் ஒரு ஆயிரம் பிறக்க வைக்கும் ....!

தன்னம்பிக்கையும் நம்மை சிறக்க வைக்கும்...!

வழியில் தோன்றும் முட்கள்

தேடிப் புறப்பட்ட பயணம்....!

அதற்கு முன் மரணமே வந்தாலும்

சற்று தள்ளி தான் நிற்கவேண்டும்...!

இங்கு முட்கள் அனலாக ம்லையாக

புயலாக மழையாக அலையாக வரும் ....!

எது வந்தாலும் என்ன தாண்டிச் செல்ல
வேண்டும்...!

நாம் செல்லும் வழியில் வெற்றி இன்னும்
வெகுதூரம்....!

தனிமையில் கற்ற சங்கதி

அன்னை தராத பாடம்...!

ஆசானிடம் பெறாத பாடம்...!

தனிமையிடம் கற்றதே மிகப்பெரிய பாடம்....!

வாழ்க்கையை அறிய அரிய பாடம்...!

நாளும்

பொழுதும் நல்ல பாடம்..!

இனிவருபவர்களுக்கு காத்திருக்கிறது ஒரு
சங்கதி..!

தனிமை கேட்ட தட்சணை

பிறந்த எல்லோரும் இறப்பதற்குள்

ஒருமுறையாவது வந்து செல்லும் ஆலயம் ...!

வருபவர்களை வரவேற்கிறது...!

மனதில் உள்ள குப்பைகளை கேட்கிறது....!

நிறைய குப்பைகளை வந்து கொட்டுகிறோம்....!

அமைதியாக அமர வைத்து, நம்மை நமக்கே
புரியவைக்கிறது...!

தனிமையெனும் மாயம்

இது மாயாவிகள் ஒன்றுகூடும் மன்றம்...!

கண்ணீர் விட்டாலும் புரியாது..!

புன்னகை சிந்தினாலும் தெரியாது...!

இங்கு இருந்து வென்றவர்கள் உண்டு...!

எங்கும் இறந்து போனவர்கள் கண்டதில்லை... !

தனிமையெனும் பலம்

உலகில் யார் தள்ளிவிட்டாலும் இங்குதான் வந்து
விழுவார்கள்...!

வந்து விழுந்தவர்கள் விதையானார்கள்...!

விருட்சமாய் வளர்ந்து

விண்மீனை தொட்டார்கள்...!

தனிமைக்கு இத்தனை பலமா...!

நம்மை வாழவைக்கும் தனிமனிதனின் கூடாரம்...!

தனிமையில் தூங்காமனம்

தேடுதே தேடுதே...!

எதிர்காலத்தை தேடி ஓடுதே ஓடுதே...!

நம் மனம் தூங்கினாலும் கூட...!

நம்மை தூங்க விடாமல் செய்வது தனிமையின்
குணம்...!

வாடுதே வாடுதே..!

இந்த கணம் இன்று மாறுமா என்று...!

தனிமை தந்த சன்மானம்

நாம் கேட்டாலும் கொடுக்காது மனிதனின்
குணம்...!

நாம் கேட்காமலேயே கொடுப்பது தனிமையும்
சன்மானம்...!

வாழ்க்கையில் எத்தனையோ தொலைத்தோம்...!

ஆனால் தொலைத்த அனைத்தும் கிடைத்தது
இங்குதான்...!

தனிமையில் ஒரு அன்னை தெரசா

தனிமை கிடைப்பதே ஒரு அரும் பெரும் தவம் ..!

நம்மை அன்னைப்போல் ஆதரிக்க கிடைத்த,
வரம்...!

தூக்கி வீசப்பட்ட எவர்களையும் தாங்கும்
அன்பான அன்னை...!

இங்கு சுழற்சியும் இல்லை...!

சூழ்ச்சியும் இல்லை...!

அமைதி ஒன்றே எல்லை..!

தனிமையில் ஒரு இனிமை

தனிமை வெற்றிக்கான ஒத்திகை மாநாடு
நடத்தும்...!

தனிமைக்கு வந்தவரை புது மனிதனாக
மாற்றும்...!

புது புது சிந்தனைகளை புகுத்தி விடும்...!

நம்மை புத்தகமாக்கி எல்லோரையும் படிக்க
வைக்கும்...!

நம் முகத்தோற்றத்தில் ஒரு நல்மாற்றத்தை வர
வைக்கும்...!

தனிமையை கண்டேன்

ஆம்... தனிமையை கண்டேன்...!

தனிமையில் என்னை நானே கண்டேன்...!

இனிப்பையும் கண்டேன்..!

அந்த இனிப்பிற்கு முன் இருந்த கசப்பையும்
உணர்ந்தேன்...!

கற்கண்டையும் சுவைத்தேன்...! கல்லடியும்
பெற்றேன்...!

எல்லாம் தனிமையில் தான் கண்டேன்...!

என்னை யாரென்று உலகிற்க்கு காட்டி நிற்பேன்..!

தனியாக நான்

எத்தனையோ அடியிலிருந்தும் பிடியிலிருந்தும்
மீண்டேன்..!

தேடி என்னை நானே கண்டுபிடித்தேன்...!

காலங்கள் ஓடிய பிறகு உணர்ந்தது ...!

நான் தேடியது என் உள்ளங்கையில் உள்ளது
என்றே...!

தனிமையில் தெரிந்தது

தனிமைக்கு தெரிந்தது தட்டிக்கொடுக்க...!

மனிதனுக்கு தெரியவில்லை விட்டுக் கொடுக்க.!!!

வாழ்வது ஒரு வாழ்க்கை...!

இந்த வாழ்க்கையில் சாதிக்காமல்

ஓய்வதில்லை எந்த கையும்.!

சந்திக்காமல் போவதில்லை தனிமையின்

அருமையை தெரிந்தவர்கள்...!

தனிமையில் அன்று

தனிமையை நம்புங்கள்...!

நான்கு திசையும் உள்ளதென...!

நம்பிக்கையே இலக்காக வையுங்கள்...!

நான் வெல்வேன் என்ற மந்திரத்தை

அனுதினமும் சொல்லுங்கள்...!

தனிமையின் விலை

தனிமை ஒரு விலையை வைப்பது உண்டு ...!

தகுதியான நிலையை பெற வைக்கும் இனம்
கண்டு...!

நாம் யாரென்று தேர்ந்தெடுக்கும்...!

நமக்கு என்ன வேண்டும் என்று கூர்ந்து
கவனிக்கும்...!

ஆம்... தனிமை ஒரு விலையை வைக்கும்...!

நாம் அதில் கற்றுக் கொள்ள...!

தனிமையின் பசுமை

இங்கு எல்லாம் இலவசம் ..!

எல்லாம் தனிமையின் வசம்...!

பசுமையான வழித்தடத்தை காட்டி நிற்கும்
வழிப்போக்கன்...!

கண்களுக்கு மட்டும் பசுமை இல்லை...!

கைகளை உயர்த்தாமல் விட்டதில்லை...!

நம்மை வரலாற்றிற்கு காட்டும் பசுமையின்
எல்லை...!

தனிமை தங்கும் விடுதி

வந்தவர்களை வரவேற்கும் ...!

திரும்பி செல்பவர்களுக்கு நிறைய கொடுக்கும்...!

இங்கு தங்கி இருப்பவர்களை தடவிக்
கொடுக்கும்...!

தாழ்ப்பால் இல்லாமல் விடுதி திறந்தே
இருக்கும்...!

வந்து இருந்து செல்லுங்கள் ...!

உங்கள் இன்னல்களை இறக்கி விடுங்கள்...!

தனிமை ஜனனித்தது

ஜனனமும் மரணமும் உயிர்க்காற்றை

வாசிக்கும் எல்லாவற்றுக்கும் உண்டு...!

தனிமையில் ஜனனித்தவனுக்கு

இன்னொரு ஜனனம் உண்டு...!

அதைக் கண்டோரின் அனுபவம் ஓராயிரம்
உண்டு...!

அதைக் கேட்டால் தெரியாது...!

வந்து பார்த்தால் தனிமை இன்னொரு

ஜனனம் என்று புரியும்...!

தனிமை ஒரு நாள்

தனிமை தான் இது
என் தனிமை தான்...!
இங்கு காயப்படுத்த யாரும் இல்லாத
தனிமையில் நான்...!
என்னைக் காயப்படுத்தி
அவர்களை கான வேண்டும்.. !
தயார் செய்ய நான் தேர்ந்தெடுத்தது
தனிமையின் நாள் தான்...!

தனிமையில் மனிதன்

தனிமையில் உள்ளான் ஒரு மாமனிதன்...!

அவனைப் பற்றிக் கொண்டால்

நம்மை வெல்லாமல் விடமாட்டான்...!

மனித இனம் ஒன்றுதான்...!

ஆனால் முகங்கள் ஒன்றும் வெவ்வேறு...!

அங்கு வந்தவழி ஒன்று நான்...!

செல்லும் பாதைகள் வேறு வேறு...!

தனிமையில் மனிதனின் வாழ்க்கை

ஒரு மாபெரும் வரலாறு...!

தனிமையில் சுயட்சை ஆட்சி

இங்கு எந்த லஞ்சமும் பஞ்சமும் இல்லை..!

இங்கு வருபவரை ஆரத்தி எடுக்க ஆளுமில்லை...!

ஆதரவைத் தர எந்த உறவும் இல்லை...!

தேர்ந்தெடுக்கும் தேர்தல் களம் இல்லை...!

ஆட்சியமைக்க இது ஒன்றும் அரசியல் களம்
இல்லை...!

இங்கு வந்தவர்கள் தன்னம்பிக்கையை

வாங்காமல் போனதும் இல்லை...!

இங்கு இல்லாதது உலகில் எங்கும் இல்லை...!

தனிமையில் எட்டியது

தனிமையை பிடித்ததால் எளிதில் எனக்கு
கிட்டியது...!

தனிமை என்மேல் அக்கறை அளித்தது...!

என்னில் உள்ள கறையை அழித்தது...!

தன்னம்பிக்கையைக் கொடுத்தது...!

தனிமை என்னும் கூடு

இது ஒரு அழகான கூடு...!

இங்கு எல்லோருக்கும் சுதந்திரம்...!

இங்கு யாருக்கும் சிறைகள் இல்லை...!

வருபவருக்கு தனிமையே எல்லை...!

இங்கு சிறகடித்து சிரித்தும் பேசலாம்...!

புது தன்னம்பிக்கையோடு எழுந்து செல்லலாம்...!

தனிமை என்னும் கூடு

இது ஒரு அழகான கூடு...!

இங்கு எல்லோருக்கும் சுதந்திரம்...!

இங்கு யாருக்கும் சிறைகள் இல்லை...!

வருபவருக்கு தனிமையே எல்லை...!

இங்கு சிறகடித்து சிரித்தும் பேசலாம்...!

புது தன்னம்பிக்கையோடு எழுந்து செல்லலாம்...!

தனிமையின் மேடை

எல்லோரையும் வரவேற்கும்..!
அங்கீகாரம் கிடையாது..!
அரசாங்கமும் வராது...!
தனி மனிதனையும் சாதனையாக்கும்
தனிமனிதனின் மேடை...!

தனிமையில் என்ன அழகு

தனிமையில் என்ன அழகு இல்லை...!

என்னைத் தவிர எல்லாம் அங்கு அழகு...!

தனிமைக்கு போ...!

அங்கு விருட்சமாய் உள்ளது அழகு...!

நாசிக்கு தூய்மையான காற்று...!

கண்களுக்கு பார்ப்பதெல்லாம் அழகு...!

குயில்களின் இசை அழகு...!

நம்மை வரவேற்கும் தனிமையே பேரழகு...!

தனிமையில் ஒரு கூட்டம்

விலை மதிப்பு இல்லாமல்

ஒருவர் மேல் வைத்த நம்பிக்கை....!

அதை எல்லாம் ஏமாற்றம்...!

எண்ணிலடங்கா தடுமாற்றம்...!

தள்ளப்பட்டது இந்த தனிமைக்கு...!

ஒரு கூட்டமே வந்து சேர்ந்தது இந்த
தனிமையில்...!

சேர்ந்ததால் சேர்த்து கொடுத்தது

தன்னம்பிக்கையின் புது வழியை...!

தனிமை காக்கும்

இங்கு வருபவர்களுக்காக தனிமை
காத்திருக்கிறது...!

இங்கு வருபவர்கள் எல்லாம்

ஏதோ ஒரு இதயத்தால் நொந்து போனவர்களே...!

வலிகளை சுமந்து வந்தார்கள்...!

வழியை கொடுத்து காக்கும் இந்த தனிமை...!

தனிமையில் நம்பிக்கை

இங்கு சாதிக்க துடிப்பவர்களே வாருங்கள்...!

தனிமை என்னும் சமஸ்தானம் காத்திருக்கிறது...!

பொறுமையாக அமர்ந்தால் எல்லாம் வெற்றி ...!

அதை தனிமை எனும் பாடம்

அழகாய் கற்றுக் கொடுக்கும்...!

தனிமைக்கு பொறுமையே துணை...!

மூன்றாவதாக ஒரு கை அங்கே உள்ளது...!

கனவு நனவின் களம்

எத்தனையோ பேரின் கனவுகளை சுமந்த

என் இனிய தனிமையே...!

எல்லார் கனவும் நனவாகாது...!

ஆனால் நனவாக கூடியது கனவாகவே
போகாது...!

இது நம்பிக்கையை தரக்கூடிய களம்...!

நம்மை நமக்கு அறிமுகப்படுத்தும்...!

கனவுகளை நனவாக்கிட வந்ததே இந்த இடம்...!

தனிமையில் உறுதி

யாருமில்லாத தனிமையில் தான் மன உறுதி
வளரும்...!

எதிர்பார்ப்பின் உச்சம் ஏமாற்றமே மிச்சம்...!

பெருங்காயத்திற்கு கிடைத்து ஒரு மாய உலகம்...!

தனிமை எனும் தங்குமிடம் ...!

மன உறுதியின் பிறப்பிடம்...!

தனிமை அறை

ஒரு ஜென்மத்தில் இருமுறை பிறக்கிறோம்...!

தனிமை என்னும் இரண்டாவது கருவறைக்கு
வந்த பிறகு...!

முதல் பிரசவம் தாய்க்கு வலி...!

இரண்டாவது பிரசவம் நாம் தேடும் வழியில்...!

எல்லாம் தனிமை என்னும்

அறையில் பிரசவித்தால் தெரிந்துவிடும்...!

தனிமை மௌனம்

தனிமையை நாம் சந்தித்தால்
தான் மௌனமே பிறக்கும்...!
மௌனம் பிறந்த பிறகு
நம் வாழ்க்கையில் எல்லாம் புதிதாக திறக்கும்...!
தனிமைக்கு வந்த மௌனதிற்கு மட்டுமே...!
எதிர்காலத்தைக் காட்டும் அஸ்திரம் உண்டு...!

தனிமையின் இரக்கம்

யாரும் இருக்க இடம் தரவில்லை...!

தனிமை இருக்க தாராளமாக இடம் தந்தது...!

பாசம் வைப்பதே பாவம் என்றானது...!

இந்த பாவை ஒருத்திக்கு தனிமைதான் இரக்கம்
தந்தது...!

கொல்லத் துடிக்கும் வார்த்தைகள் ஆயிரம்...!

அத்தனைக்கும் காரணம்...!

ஓர் இரக்கம் கூட இல்லாதவர்கள் மேல்

நான் காட்டிய இரக்கம்...!

ஏதோ ஒன்று அழைக்கிறது...!

தனிமை எண்ணில் நுழைகிறது..!

என்னுள் தைரியத்தை விதைக்கச் சொல்லுது...!

என்னை தனிமைக்கு அழைத்துச் செல்லுது...!

வென்று நிற்க காலம் வந்துவிட்டது...!

தனிமையில் ஒரு துரும்பு

நான் தூக்கி எறியப்பட்ட ஒரு துரும்பு தான்...!

ஆனால்.... நான் ஓர் இரும்பில்

இருந்தே தூக்கி எறியப்பட்டேன் என்பதை
மறக்காதீர்கள்...!

திரும்பத் திரும்ப தூக்கி எறிந்தாலும் ...!

நான் இன்னும் பலமான இரும்பாக மாறுவேன்...!

இன்று நான் துரும்பு தான்...!

உன் கண்ணில் பட்டால் உன் உலகம் இருள்
ஆகிவிடும்...!

துரும்புக்கு கண்ணீர் விட தெரியாது..!

ஆனால் கண்ணீர் விட வைக்க தெரியும்...!

தனிமையென் உறவுக்காரி

அருகினில் யாரும் இல்லாத பொழுதுகள்...!
தனிமையில் என் நினைவுகள் வாழ்ந்தது...!
உறவாக எந்த உயிரும் இல்லை...!
உயிர் காற்று ஒன்றே தனிமையில் வாழ்ந்தது...!
இரவும் பகலும் போகப்போக...!
தனிமையே உறவாக நின்றது...!
வானமே உன் வெற்றியின் எல்லை என்றது...!

தனிமை ஓர் ஆறுதல்

எங்கோ பிறந்து அங்கும் இங்கும் சுற்றித் திரிந்து...!

இங்கோ ஆறுதல் தந்தது இந்த தனிமை...!

சோர்ந்து போய் நின்றாலும் சோகமோ போகாது...!

திசையும் பொழுதும் மாறி மாறி வருவதை
போன்று...!

நம் ஆக்கத்தையும் ஊக்கத்தையும்

ஆறுதல் படுத்தும் இந்தத் தனிமை...!

தனிமையின் சூட்சுமம்

என்ன ஒரே அற்புதம்... !

தனிமை சொல்கிறதே வெற்றியின் சூட்சுமத்தை...!

காண வேண்டும் அந்த அற்புதத்தை...!

பாவை இவள் கண்ணில் தன்னம்பிக்கை தீ...!

ஆர்த்தெழும் அருவிபோல் எதிரிகள்...!

என்னை அழிக்க துடிக்கும் அவர்கள்
கோழைகள்...!

என் தன்னம்பிக்கையை தனி சூட்சுமம்...!

அதை தட்டி பறிக்கும் சூட்சுமம் எவனுக்கும்
இல்லை...!

தனிமையில் விழித்த விழி

கண்களை மூடியே உறங்காமல்

ஓடிய நாட்கள் ஓராயிரம்...!

தூக்கம் வரவில்லை தூக்கத்திற்கு

துக்கமே எல்லையானது...!

தனிமைக்கு அழைக்கப்பட்டு தானாக வந்தது
தூக்கம் ...!

அங்கு சொல்லாமல் சென்றது தூக்கம்...!

அங்கே உறக்கத்தில் விழித்துப் பார்த்த

திசையெல்லாம் பாதைகளாய் தெரிந்தது...!

தனிமையின் துறவி

நான் தனிமைக்கு வந்து சேர்ந்த ஒரு துறவி...!

இங்கு அருவியைப் போல தனிமை
கொட்டியது...!

திரும்பிப் பார்க்கும் திசையெல்லாம் தனிமையின்
வாசம்...!

துறவி தனிமையின் வசமாய் சேர்ந்தது...!

துறவியாய் வந்த இந்தப் பிறவிக்கு...!

வழிப்போக்கனாய் நின்றது இந்த தனிமை...!

தனிமை விதி

இது எழுதப்பட்ட விதி...!
நம்பிக்கைக்கு செய்த சதி...!
எழுதி முடிக்காத விதி ஒன்றை...!
எழுதி முடித்தது தனிமை விதி...!
வளர்ந்தாலும் வளைந்தாலும்
வானுக்கத்தான் நிலவு சொந்தம்...!
நான் இருந்தாலும் போனாலும்
தனிமையிலே என் விதி...!
விதி செய்த சில மாற்றம்....!
தனிமையிலே பல ஏற்றம்...!

தனிமையின் மாணவன்

தனிமையில் நான் படிக்க வேண்டியதை

சொல்லித் தந்தது...!

உன்னால் முடியும் என்ற சொல்லுக்கு

சொந்தக்காரன் நீ என்றது...!

இங்கு தன்னால் வருபவருக்கு

பாடம் கற்றுக் கொடுக்க தயாராக நின்றது...!

தனிமையில் பாடம் படிக்க வந்த

மாணவர்களில் நானும் ஒருவன் என்றது...!

தனிமைக்கு நன்றி

என் அன்பின் தனிமையே என் ஆறுதலான
இனிமையே நீ...!

என்னுள் எழுத்துக்கள் பிறக்க வைத்தாய்...!

தன்னம்பிக்கையில் சிறக்க வைத்தாய்...!

விடாமுயற்சியால் விண்ணை தொட வைத்தாய்...!

உறக்கத்தில் என் உள்ளம் கண்ட கனவை ஊர்
அறிய வைத்தாய்...!

தனிமையில் இருந்ததால் ஒரு வைராக்கியம்
பிறந்ததே...!

இங்கு விற்றுப்போனவர்க்கு நன்றி...!

ஆதரவில்லாமல் வந்தேன்...!

ஆகாரம் இல்லாமலும் இருந்தேன்...!

இன்று ஆதாரமாக பிறந்தேன்...!

இன்று அத்தனைக்கும் நன்றி சொல்ல வந்தேன். ..!

குப்பையில் கிடந்தது வைராக்கியம்...!

வைரமாக்கி மதிப்பை தந்தது தனிமை....!

பல சோதனைகளைக் கடந்தேன்...!

சில சாதனைகள் இன்று என்னை தேடிவர...!

இருந்த போது கிடைத்த நன்றி...!

இறந்த பிறகும் வாழ வேண்டும்...!

உணர்வுகளை கொன்று வாழ்பவன் புத்திசாலி
அல்ல...!

உறவுகளை கொண்டு ஆண்டு வாழ்பவன் தான்
சாமர்த்தியசாலி...!

தனிமைக்குள் வந்தவொரு முகம் ...!

ஆணவமின்றி தெரிந்துகொண்டது ஆயிரம்
விஷயம்...!

இழந்ததை எண்ணி நேரத்தை வீணாக்காமல்...!

இருப்பதற்குள் வாழ்க்கையை வாழுங்கள்...!

முட்டி மோதி இழந்த எழுந்து வந்தோம்...!

அனாதையாக அலைபாய்ந்த ஒரு மனதின்
குரலை...!

அழைப்பாய் எடுத்துக் கொண்ட தனிமைக்கு
நன்றி.....!